CỔ TÍCH NHI ĐỒNG
FOLK TALES FOR CHILDREN

CON QUẠ VÀ CÂY KHẾ
The Raven and the Star Fruit Tree
and other stories

Edited by **Trần Văn Điền**
Winabelle Gritter

Illustrator **Tăng Quốc Ái**

National Textbook Company
a division of *NTC Publishing Group* • Lincolnwood, Illinois USA

Acknowledgments

Thanks to the entire team of Vietnamese teachers and aides who labored over this project:

Xuan C. Tran, Dien V. Tran, Tuan Q. Tran, Huong T. To, Tuan D. Pham, Thuoc Vo, Hanh Vo, Nha D. Luu, Nien Pham, Hoa Nguyen, Mai Ly, Kim Hoa Nguyen, Thuan Hoang, Buoi Tran. Special tribute goes to Mr. Tang Quoc Ai, whose artistic skill produced the illustrations, and to Miss W. Gritter and Mr. Tran Van Dien, who guided us with their editorial wisdom.

1993 Printing

Published by National Textbook Company, a division of NTC Publishing Group.
© 1976 by NTC Publishing Group, 4255 West Touhy Avenue,
Lincolnwood (Chicago), Illinois 60646-1975 U.S.A.
All rights reserved. No part of this book may be reproduced, stored
in a retrieval system, or transmitted in any form or by any means,
electronic, mechanical, photocopying, recording or otherwise, without
the prior permission of NTC Publishing Group.
Manufactured in the United States of America.

MỤC LỤC

CON QUẠ VÀ CÂY KHẾ..................................4
BÁT CANH HẸ..15
TIẾNG HÁT GIỮA RỪNG KHUYA 25
SƠN TINH - THỦY TINH 37
VẠC BÁN RUỘNG 49
QUẢ DƯA HẤU 57

❀   ❀   ❀

CONTENTS

THE RAVEN AND THE
STAR FRUIT TREE 4
A BOWL OF LEEK SOUP 15
A SINGING VOICE IN THE JUNGLE 25
THE SPIRIT OF THE MOUNTAIN AND
THE SPIRIT OF THE SEA..........................37
STORY OF THE HERON AND
THE NIGHT BIRD 49
WATER MELON 57

CON QUẠ VÀ CÂY KHẾ

Ngày xưa ở một làng quê có vợ chồng một người triệu phú chết đi để lại cho hai người con trai một gia tài kếch sù.

❊   ❊   ❊

THE RAVEN AND THE STAR FRUIT TREE

Once upon a time, there was a very rich man who lived in a village. When he died, he left his two sons a huge fortune.

Nhưng hai anh em tính nết trái ngược hẳn nhau. Người anh thì tham lam, người em thì rất hiền lành. Vì vậy khi cha mẹ chết thì người anh dành hết cả gia tài, chỉ để cho người em một cây khế. (một loại cây sai trái, ăn rất ngọt). Hàng ngày người em chỉ lo vun sới, chăm bón cây khế cho tươi tốt với hy vọng sẽ có nhiều trái để bán lấy tiền sinh sống.

Trái lại người anh thì quá sung sướng với của cải của cha mẹ để lại cho nên không phải lo gì cả.

✻ ✻ ✻

But the two brothers were entirely different. The elder was greedy, but the younger was very kind. So after the parents' death, the elder claimed all the fortune and left his younger brother only a star fruit tree. (A very productive tree that gives sweet fruit.) The younger brother took good care of his tree, watering it every day and hoping that it would give him a lot of fruit so that he could make a living by selling it.

The elder brother, on the other hand, was so happy with his inheritance that he had nothing to worry about.

Nhưng rủi thay cho người em, khi cây khế bắt đầu có trái ngọt thì mỗi ngày đều có một con quạ đến đậu trên cây ăn hết trái. Người em buồn rầu quá không biết làm sao bèn đứng dưới cây khế nói với quạ rằng:
«Quạ ơi! Quạ đừng ăn khế của tôi, gia tài của tôi chỉ có một cây khế đó, nếu quạ ăn hết trái thì gia đình tôi sẽ chết đói.»
Quạ nghe xong bèn trả lời rằng:
«Đừng có lo chi. Ăn khế sẽ trả vàng! May túi ba gang đem đi mà đựng.»

✻ ✻ ✻

Unfortunately for the younger brother, when the fruit was ripe, a raven flew by and stopped in the tree to eat it. He was very sad to see this happen every day, but he did not know what to do. So one day, he decided to stand beneath the tree and speak to the raven:
"Raven, please don't eat my fruit," he called. "This fruit tree is my only fortune. If you eat all the fruit, my family will starve."
"Don't worry," the raven answered. "I'll pay you back in gold. Go and make yourself a bag 60 centimeters long to keep the gold."

Người em nghe xong mừng quá, bèn bảo vợ may túi ba gang. Hôm sau y lời quạ đến một nơi đầy vàng. Người em nhét vàng đầy túi rồi leo lên lưng quạ trở về.

Từ đó người em trở nên giàu có, nhưng vẫn một lòng kính trọng và đối xử tử tế với anh mình.

✧ ✧ ✧

Hearing those words, he was very excited and told his wife to make a bag of 60 centimeters. The next day, the raven came as he had promised. He landed by the gate, let the younger brother sit on his back, and took off for a place filled with gold. There the younger brother filled the bag with gold. Then he flew back home on the raven's back.

And so he became very rich. But he still loved and respected his elder brother.

Một hôm người em bảo vợ làm cơm để đãi vợ chồng người anh. Nhưng khi được mời vợ chồng người anh chê nhà em nghèo không thèm tới. Người em phải hết lời năn nỉ người anh mới chịu đến. Tới nơi thấy nhà cửa của em đã hoàn toàn đổi khác, không còn nghèo khó như xưa nên người anh rất ngạc nhiên, bèn hỏi nguyên do. Người em cũng thiệt tình thuật lại cho anh nghe. Lòng tham lại nổi lên, người anh liền xin đổi cả gia tài của mình để lấy cây khế đó. Người em cũng vui lòng đổi cho anh.

✻ ✻ ✻

So one day he told his wife to prepare a good meal for his brother and his family. But when he invited his brother, the latter refused to come at first. The brother only accepted after he had begged him again and again. When the older brother arrived at his house, he was surprised to see it all changed. It was no longer the poor house that he had seen before. So he asked his younger brother the reason. The latter told him everything that happened. After he heard it all, he offered to trade all his fortune for the fruit-tree. The kind brother gladly accepted the offer.

Hàng ngày con quạ vẫn đến ăn khế, người anh cũng nói lại với quạ như người em, và quạ cũng trả lời như vậy, nhưng lòng tham không bao giờ bỏ được nên thay vì may túi ba gang người anh đã may một cái túi thật lớn.

Hôm sau quạ đến chở người anh đi lấy vàng. Sau khi đựng đầy túi vàng rồi, người anh còn nhét vào đầy cả túi quần, túi áo nữa, rồi ngồi lên lưng quạ trở về. Nhưng vì chở nhiều vàng, nặng quá nên khi đi ngang qua biển, quạ rũ cánh xuống vì mỏi nên người anh bị rơi xuống biển chết.

✻ ✻ ✻

The raven came as usual. The greedy brother spoke to the raven the same words as his brother, and received the same answer from the raven. But he was so greedy that he got a much larger bag instead of a 60 centimeter bag.

The next day, the raven came to take him to the place of gold. After he had filled the bag, he filled all his pockets, too, before he climbed onto the raven's back to go home. But the load was so heavy that when they flew over the sea, the raven spread his tired wings and dropped him off into the sea.

Ở nhà vợ chồng người em chờ mãi không thấy anh về nên hỏi quạ mới hay cớ sự.

❋ ❋ ❋

His wife and younger brother waited and waited, but did not see him come back. So they decided to ask the raven and learn all the facts.

BÁT CANH HẸ

Ngày xưa, có một anh nông dân rất có hiếu với mẹ. Cha mất sớm để lại cho ba mẫu ruộng. Nhờ siêng năng, cần cù năm nào ruộng lúa cũng được mùa.

Trong làng có một tên trọc phú tham lam. Hắn luôn luôn tìm những ruộng đất tốt để mua với giá rẻ.

❈   ❈   ❈

A BOWL OF LEEK SOUP

Once upon a time, there was a farmer who was very good to his mother. His father died young, leaving behind three acres of land. He worked hard. And as a result, his fields yielded a good crop every year.

In the village lived a greedy rich man. He always looked around for fertile land to buy at a cheap price.

Chẳng may, ruộng của anh nông dân lọt vào mắt tên phú hộ nọ. Hắn đến làm quen và hăm dọa anh nông dân để mua ruộng với giá thật rẻ.

Anh nông dân nài nỉ: «Thưa ngài, đây là phần đất hương hỏa của cha tôi để lại. Tôi nhờ nó để nuôi mẹ già. Dù nghèo, tôi cũng đành cam chịu chớ không bao giờ dám bán nó cả»

❀ ❀ ❀

Unfortunately, the farmer's land was discovered by the rich man. He came and threatened the farmer, trying to force him to sell the land for a very cheap price.

The farmer begged: "Sir, this is the inheritance my father left to me. I till this land to support my old mother. I'd rather stay poor than sell it."

Tên phú hộ cười thâm hiểm rồi bỏ về. Hắn đã nghĩ ra một kế độc ác để hãm hại người nông dân hiền lành kia.

Đêm hôm đó, tên phú hộ sai gia nhân lén bỏ vào nhà anh nông dân một nén vàng. Rồi hắn lên thưa quan huyện để bắt anh nông dân về tội ăn cắp vàng.

❈   ❈   ❈

The rich man left with a tricky smile. He had already thought of a cunning plan to harm the sincere farmer.

That very night, the rich man told his servant to hide a bar of his gold in the poor farmer's house. He then informed the district chief that the farmer had stolen his gold.

Với bằng cớ hiển nhiên, anh nông dân bị lính bắt giam vào ngục.

Ngày đêm ngồi trong ngục, anh nông dân thương nhớ mẹ khôn nguôi. Chàng lo lắng cho mẹ mình không ai săn sóc.

❖ ❖ ❖

The proof was obvious. The farmer was arrested and put into prison.

Confined in his cell, the farmer missed his mother. He worried about her. Nobody would take care of her.

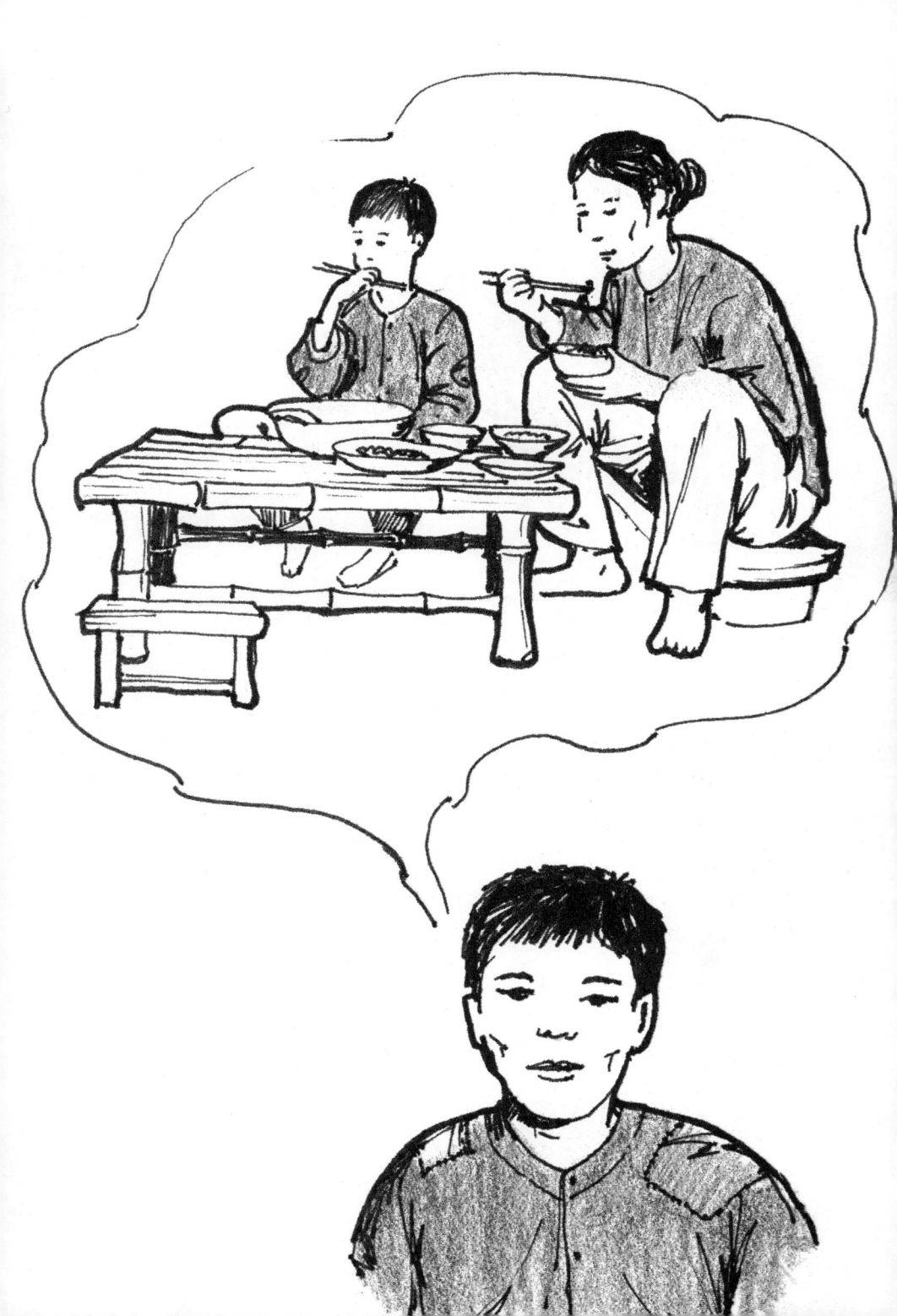

Một hôm, như thường lệ, lính mang thức ăn vào ngục cho anh nông dân. Bữa cơm hôm ấy gồm ba chén cơm và một bát canh hẹ. Anh nông dân nhìn thấy mâm cơm thì không buồn ăn mà bật khóc nức nở.

❈   ❈   ❈

One day, as usual, a soldier brought him food. The meal consisted of three bowls of rice and a bowl of leek-soup. The farmer looked at the tray of food and burst into tears.

Viên cai ngục lấy làm lạ và hỏi:

«Tại sao ngươi không ăn mà khóc?»

Anh nông dân trả lời:

«Thưa ngài, càng nhìn bát canh hẹ, tôi càng thương nhớ mẹ tôi. Tôi nhớ lại những lúc mẹ tôi chẳng quản nhọc nhằn lội ao hái rau hẹ đem về nấu canh. Mẹ tôi vẫn thường thích ăn canh rau hẹ.»

✿   ✿   ✿

Surprised, the guard asked:

"Why do you cry?"

The farmer replied:

"The more I look at the bowl of leek-soup, the more I miss my mother. I remember the day I jumped down into the pond to gather the leek and prepared soup for my mother. Leek-soup is her favorite food."

Nghe anh nông phu đối đáp, viên cai ngục nghĩ thầm người nông dân hiếu thảo này không lẽ lại gian tham như tên phú hộ đã nói hay sao?

Viên cai ngục bèn đem chuyện ấy lên trình cho Quan Huyện để yêu cầu xét xử công minh.

Bằng sự tra vấn khéo léo, Quan Huyện tìm ra sự thực. Ngài liền ra lệnh cho bắt tên trọc phú độc ác và tha tội cho chàng nông dân.

❉   ❉   ❉

Upon hearing this, the guard thought to himself, such a good person could not be so greedy as the rich man accused.

So he went to the District Chief and asked for another hearing.

The District Chief found out the truth by means of clever questioning. He then had the rich man arrested, and cleared the farmer of the false charge.

Chàng nông dân được tha tội, sung sướng trở về làng đề sum họp với mẹ già. Từ đó chàng sống một cuộc đời thật êm đẹp cùng với mẹ già.

✯ ✯ ✯

The farmer returned home to join his mother. He lived a happy and peaceful life ever after.

TIẾNG HÁT GIỮA RỪNG KHUYA

Thuở xưa hai vợ chồng lão tiều phu có hai người con gái đẹp tên Thảo và Hiền. Nhưng trên lưng mỗi người đều có một cái bướu. Tuy đều là con nhưng vợ chồng tiều phu yêu thương Hiền hơn Thảo.

❀ ❀ ❀

A SINGING VOICE IN THE JUNGLE

In the old days, there lived an old woodcutter and his wife. They had two young daughters named Thao and Hien. They were beautiful, but both were humpbacked. For no reason the woodcutter loved Hien more than Thao.

Thảo là đứa con có hiếu yêu mến cha mẹ, gánh vác mọi công việc trong nhà. Tuy vậy, thỉnh thoảng nàng vẫn bị cha mẹ mắng. Ngược lại cô em tuy mang tên Hiền nhưng rất dữ tợn, kiêu căng, gắt gỏng ai cũng ghét.

Một hôm, lão tiều phu bị bệnh. Ông gọi Thảo và Hiền vào bảo:

«Cha mệt lắm. Các con hãy thay cha vào rừng nhặt củi về bán. Nhà hết gạo rồi.»

✵ ✵ ✵

Thao was an obedient girl. She loved her parents and did all the chores at home. Still, she was sometimes scolded by her parents. On the contrary, although 'Hien' meant 'kind', she was so cruel, so vain, and irritable. Everybody hated her.

One day, the woodcutter fell sick. He called Hien and Thao, saying:

"I am so tired. Go into the jungle and gather dry twigs for me. We can exchange firewood for rice. We are short of rice now."

Lão tiều phu dứt lời, Hiền la lên:

«Con đẹp thế này mà đi nhặt củi sao?»

Thảo nhỏ nhẹ thưa:

«Thưa cha, để em nó ở nhà săn sóc cha! Con có thể nhặt củi một mình.»

✵ ✵ ✵

At these words, Hien shouted:

"Is it fair that a girl as beautiful as I must gather wood in the jungle?"

Thao said in a soft voice:

"Daddy, let her stay home and take care of you. I can go by myself."

Lão tiều phu gật đầu bảo:

«Được, con giúp cha một buổi.»

Đêm qua gió to làm gãy nhiều cành cây khô. Thảo mải mê nhặt củi. Vừa nhặt, nàng vừa tưởng tượng ra nét mặt cha, và cảm thấy hăng hái hơn. Trời tối, Thảo quên đường ra. Nàng đi sâu mãi vào rừng.

✼ ✼ ✼

The old woodcutter nodded his head, saying:

"Good! You can take my place, today."

The strong wind had blown off many dry twigs the previous night. Thao was absorbed in picking them up. While gathering wood, she imagined her father's happy face and felt more eager to work. She went deeper and deeper into the jungle, and forgot the time to come home.

Chợt thất đằng xa ánh lửa lập lòe, một bọn người đeo cung tên mặt mày như qủi sứ nắm tay nhau ca hát man rợ. Thảo sợ quá núp vào bụi cây, nhưng một tên trong bọn thấy, liền chạy đến kéo Thảo ra.

Cô bé sợ hãi xin tha, tên qủi sứ nói:

«Ta sẽ tha nếu cô bé hát cho chúng ta nghe.»

✻ ✻ ✻

Suddenly, she saw a flame flickering in the distance. A group of bowmen as ugly as devils were dancing and singing wildly, hand in hand, around the fire. Thao became scared and hid herself behind a bush. But one of them saw her. He rushed to the bush and pulled her out.

The poor frightened girl begged to be released. But he said:

"If you sing to us, we will release you."

Nhờ giọng ca thiên phú, tiếng hát Thảo cao vút tan dần vào khoảng không. Giọng nàng lúc bổng, lúc trầm khiến bọn quỉ say sưa. Tiếng hát dứt bọn quỉ như còn quyến luyến.

Tên quỉ sứ giữ lời hứa bảo:

«Ta sẽ đưa cô bé ra khỏi rừng, nhưng nàng hãy hứa là sẽ trở lại đây hát cho chúng ta nghe. Để làm tin, ta giữ cục bướu trên lưng cô.»

❀   ❀   ❀

Thao was gifted with singing. Her pure and melodious voice echoed in the jungle, charming the brutal bowmen. They were carried away by her voice.

Keeping his promise, the bowman said:

"I will help you out of the jungle. But promise to come back to sing to us again. I must keep that hump from your back for proof."

Dứt lời tên quỉ sứ lấy cục bướu giao cho một tên khác cất đi.

Khi Thảo về tới nhà, vợ chồng lão tiều phu mừng rỡ thấy con hết tàn tật. Sau khi nghe Thảo thuật lại truyện này, Hiền liền xin cha mẹ vào rừng gặp bọn quỉ sứ.

Hiền đi lang thang trong rừng. Đến khi trời sầm tối Hiền vẫn chưa gặp bọn quỉ sứ. Nhưng khi trăng bắt đầu lên, ánh lửa và tiếng nhạc trỗi dậy, Hiền bèn đi về hướng đó.

✾ ✾ ✾

He then removed the hump from her back and handed it to his comrade.

The woodcutter and his wife were so happy to see their daughter coming home without a hump on her back. After hearing the story, Hien volunteered to go into the jungle to meet the bowmen.

She wandered in the jungle until dark. The bowmen were still nowhere to be seen. But when the moon rose, the fire and music rose, also. Hien walked toward that direction.

Nhìn thấy Hiền bọn quỉ tưởng là Thảo, chúng reo lên:

«Hãy lôi cô bé vào và bắt hát đi»

Hiền cất tiếng hát. Giọng chua như dấm và the thé. Bọn quỉ la ó tức giận, một tên chạy vào lấy cục bướu đặt lên lưng Hiền và đuổi ra khỏi rừng. Hiền buồn bã về nhà với hai cục bướu trên lưng.

❈   ❈   ❈

Mistaking Hien for Thao, they yelled happily:

"Let's bring the girl here and force her to sing now."

Hien started singing. Her voice was so harsh, so unpleasant. The cruel bowmen yelled angrily. One of them took Thao's hump and put it on her back. After that, they chased her away. Hien sadly went home with two humps on her back.

SƠN TINH - THỦY TINH

Đời vua Hùng Vương thứ 18, trong nước dân chúng sống trong cảnh an lạc, thái bình. Vua Hùng Vương có một công chúa rất đẹp, tên là My Nương.

Sắc đẹp của công chúa My Nương vang khắp trong nước đã làm cho rất nhiều chàng trai hâm mộ và ước ao được là phò mã tương lai. Trong đó có hai chàng có quyền lực nhiều nhất và tương tư nhiều nhất mong được lấy công chúa, đó là Sơn Tinh và Thủy Tinh.

✹ ✹ ✹

THE SPIRIT OF THE MOUNTAIN AND THE SPIRIT OF THE SEA

Thousands of years ago, under the Dynasty of Hung Vuong XVIII, all people were living in peace and prosperity. Emperor Hung Vuong had a beautiful daughter whose name was My Nuong.

The beauty of the princess became so well-known that several suitors wished to become prince consort. Among the suitors were the Spirit of the Mountain and the Spirit of the Sea.

Sơn Tinh là thần núi, ngự trị các vùng núi. Sơn Tinh rất đẹp trai, có nhiều châu báu, hùng mạnh và trầm tĩnh.

Thủy Tinh là vị thần nước, ngự trị các sông và biển. Thủy Tinh cũng rất đẹp trai, cũng có nhiều châu báu, cũng hùng mạnh, nhưng tính tình nóng nảy.

Ngày kia, công chúa My Nương đến tuổi cập kê, vua cha bèn mở cuộc thi tuyển, để chọn phò mã có tài, có đức.

❋ ❋ ❋

The Spirit of the Mountain reigned over the mountains. He was handsome, very rich, very powerful, and quiet.

The Spirit of the Sea reigned over the seas. He was also handsome, very rich, very powerful, but had a hot temper.

One day, when the princess came of age, the Emperor wanted to select a good prince consort for the princess.

Tin tức được loan truyền đi khắp trong nước. Biết bao thanh niên văn võ các nơi đổ về kinh đô, ước mong trổ tài để chiếm giải đầu, đẹp duyên cùng công chúa My Nương.

Trong cuộc thi tài ấy, có rất nhiều nhân tài tranh dự, nhưng sau cùng chỉ có hai người đồng sức, đồng tài là Sơn Tinh và Thủy Tinh.

Vua Hùng Vương lấy làm khó nghĩ, sau cùng vua phán rằng:

❃ ❃ ❃

As soon as the news of the selection spread over the country, several suitors presented themselves to the court in the hope of being chosen.

However, there remained only two suitors who had equal talents and qualifications. They were the Spirit of the Mountain and the Spirit of the Sea.

The Emperor was so puzzled that he did not know which of them to select. After a moment of reflection, he decided:

«Vào sáng mai, ai mang sính lễ đến sớm, sẽ cưới được công chúa.»

Cả hai bèn vâng lệnh và ra về, với hy vọng sẽ được sánh duyên cùng công chúa.

Sau khi về, Sơn Tinh chuẩn bị quân lính và đồ châu báu mang lại triều đình dâng cho vua để làm vật sính lễ.

✹   ✹   ✹

"Early tomorrow, whoever of you comes first will be given the hand of the princess."

Both withdrew from the court with the hope of marrying the beautiful princess.

Back at the mountain, his homeland, the Spirit of the Mountain collected all his jewelry and riches to bring back to the court to offer the Emperor a present for his marriage.

Thủy Tinh thấy thời gian còn dài bèn mở tiệc ăn uống linh đình, thâu đêm suốt sáng mới bắt đầu nghĩ đến ước hẹn cầu hôn.

Sáng hôm sau, Sơn Tinh y hẹn đem đồ sính lễ đến triều đình, được vua Hùng Vương đẹp lòng gả công chúa My Nương, công chúa sánh vai cùng Sơn Tinh về núi.

✤ ✤ ✤

The Spirit of the Sea also collected all the precious jewelry and the riches of the sea. The Spirit of the Sea was so confident of himself that he offered a copious banquet the night before he went back to the court.

In the early morning of the following day, the Spirit of the Mountain presented himself first at the court with all his jewelry. The Emperor was very satisfied and gave consent to the Spirit of the Mountain to marry his daughter.

Sau khi Sơn Tinh đi rồi, thủy Tinh mới đến. Thủy Tinh được vua cho biết Sơn Tinh đến trước và đã được vua nhận lời gả con gái cho Sơn Tinh rồi.

Nghe vua Hùng Vương nói thế, Thủy Tinh buồn rầu và tức giận Sơn Tinh.

Thủy Tinh quyết tâm chiếm lại công chúa cho kỳ được.

✿ ✿ ✿

As soon as the Spirit of the Mountain left the court with his princess, the Spirit of the Sea arrived. He was informed that the Spirit of the Mountain, who came first, had married the princess.

At this news, the Spirit of the Sea looked sad and became very angry.

He decided to make war and take the princess for himself.

Thủy Tinh bèn tụ tập binh tôm, tướng cá, Thủy Tinh dâng nước lên cao, với nhiều bão tố và sấm sét làm chìm đắm giang sơn của Sơn Tinh.

Cuộc tranh chiến ác liệt tiếp diễn nhiều ngày, nhưng hai bên đều không phân thắng bại. Thủy Tinh vì mệt mỏi phải tạm rút quân về biển cả, nhưng vẫn quyết không bỏ cuộc. Vì thế, hàng năm, Thủy Tinh lại gây chiến một lần chống lại Sơn Tinh.

❆ ❆ ❆

The Spirit of the Sea mobilized all the forces of the sea and started a war against the Spirit of the Mountain. He raised the level of the sea, and caused storms and thunder with the aim of destroying the Spirit of the Mountain's land.

On the other hand, to save the princess' life, the Spirit of the Mountain also raised the mountain level as high as he could. The war between the two spirits lasted for days and there was not a winner on either side. Tired of the war, the Spirit of the Sea had to withdraw temporarily, but decided not to give up. So every year, he started the war again against the Spirit of the Mountain.

Mỗi khi có chiến tranh, nhân dân thống khổ vì nhiều người chết, vì nhà cửa và mùa màng bị tàn phá.

Từ câu chuyện Sơn Tinh, Thủy Tinh này, người dân Việt Nam thường cho rằng những vụ lụt lội, phá hoại mùa màng vào tháng bảy, tháng tám hàng năm là do hậu quả của việc tranh hùng giữa Sơn Tinh và Thủy Tinh vậy.

❄ ❄ ❄

Every time the war came, people suffered from the loss of lives and the ruin of property and crops.

Since then, the Vietnamese have believed that the storms and floods that happen every year in the months of July and August are the result of the battle between the two spirits.

VẠC BÁN RUỘNG

Ngày xửa, ngày xưa, xưa thật là xưa, con Cò, con Vạc, con Nông là anh em cùng nhà, cùng tổ tiên.

Ông tổ nhà Cò, sau khi chết, để lại nhiều ruộng vườn của cải. Con Nông có tài buôn bán, xin hai anh vàng bạc châu báu đi lập nghiệp phương xa. Con cò và Vạc theo gương ông cha, ở lại quê nhà vui sống, chăm lo ruộng đồng.

❋   ❋   ❋

STORY OF THE HERON AND THE NIGHT BIRD

Long, long ago, the Heron, the Night Bird, and the Pelican were sons of the same father.

Much property including gold, silver, and many pieces of land were left for them after their father's death. The Pelican was skillful in trading. He asked the other two to give him his share in gold and silver to go away for his business. The Heron and the Night Bird stayed home to farm, continuing their father's career.

Nhà Cò, nhà Vạc càng ngày càng đông con nhiều cháu. Nhà Cò chăm lo công việc. Ngày ngày, cả nhà Cò thức giậy từ sớm, cùng nhau ra ruộng kiếm cá mò tôm. Nhờ trời mưa thuận gió hòa, nhà Cò có của ăn, của đề, trở nên giàu có.

Trái lại, nhà Vạc lười biếng, chỉ thích ăn không ngồi rồi. Ăn hôm nay, không nghĩ đến ngày mai. Suốt ngày rủ nhau đi chơi đây đó. Gia cảnh mỗi ngày mỗi nghèo.

☼ ☼ ☼

The families of the Heron and the Night Bird grew bigger and bigger. The Heron worked hard. Every day he got up early and went to the flooded rice field to catch fish and shrimp. He tried to save something for a rainy day. Soon his family became more and more prosperous.

On the contrary, the Night Bird was very lazy. He never worried about the future. All day long he traveled around. So his family was soon in a bad way.

Cho đến một ngày nọ, vợ chồng Vạc đến nhà anh Cò với văn tự ruộng trong tay:

«Thưa anh, năm nay hạn hán mất mùa, để có tiền nuôi đàn Vạc con, mong anh chị mua dùm em vài mẫu ruộng. Em nghĩ rằng bán ruộng cho anh là người nhà còn hơn bán cho người ngoài.»

Cò vui vẻ đáp lại:

❊   ❊   ❊

One day, the Night Bird and his wife came to see the Heron to sell some pieces of land. The Night Bird held out a map of his land and said:

"Brother, will you buy some pieces of my land? I lost my crop this year and need money to feed my children. I think it is much better to sell my land to you than anyone else."

"If your are in need," the Heron happily replied;

«Nếu em cần tiền, anh sẵn sàng cho em vay để làm vốn. Em không nên bán ruộng, vì đó là sản nghiệp của ông cha ta bao nhiêu năm nhọc nhằn gầy dựng.»

Vạc, vốn sẵn tính lười, chán nản khi nghĩ đến việc phải đầu tắt mặt tối kiếm từng con cá, nhặt từng con tôm. Vạc chỉ thích ngắm trời nhìn mây, nay đây mai đó. Vạc cố năn nỉ anh để bán ruộng. Cuối cùng, chiều ý em, Cò mua ruộng của Vạc.

✤ ✤ ✤

"I am ready to lend you some things. You need not sell your land, since that is the property our father has owned for years."

The Night Bird was lazy by nature. He was tired even at the thought of having to catch fish and shrimp in the rice fields day by day. He preferred enjoying nature to doing farming. So he insisted that the Heron buy all his land. To please his brother, the Heron finally bought the land.

Ruộng vườn nhà Vạc ngày càng ít đi, rồi tất cả gia sản của Vạc đều về hết tay Cò. Văn tự bán ruộng của Vạc được mang lên tận thiên đình xác nhận.

Vốn tính cẩn thận, sợ sau này Vạc nghèo túng, làm càn, sinh sự không hay, Cò luôn luôn mang văn tự bên mình.

❊   ❊   ❊

The Night Bird had to sell all his property one piece after another, and soon they all belonged to the Heron. Every title of their real estate was sent to the gods for registration.

Since he was very careful and afraid that trouble would come between him and the Night Bird, the Heron always carried the title with him.

Bao đời trôi qua, đến bây giờ nhà Cò, với bộ lông trắng toát, vẫn có một đám lông nhỏ hình vuông, màu vàng ở bên hông. Tục truyền rằng đám lông vàng trên là văn tự bán ruộng của Vạc.

Hết nơi mò tôm, bắt cá, đêm đêm nhà Vạc lén bay ra ruộng đề kiếm ăn. Không bao giờ Vạc đi kiếm ăn ban ngày vì sợ anh Cò bắt gặp rồi trình Ngọc Hoàng trị tội.

❈   ❈   ❈

After many generations, the Heron with feathers as white as snow still has a small, square, yellow spot under his wings. It is told that the yellow spot in the Heron's feathers is the title between him and the Night Bird.

And the Night Bird has to fly to the Heron's fields secretly to look for food at night. He never catches prey in the day to avoid being caught violating the contract with the Heron.

QUẢ DƯA HẤU

Ngày xưa, có vị Hoàng Tử tên là An-Tiêm, người con thứ sáu của vua Hùng Vương. Cãi lệnh vua cha bị đày ra hoang đảo.

An-Tiêm phải tự làm lều để ở, đào giếng lấy nước uống, câu cá và săn thú làm thức ăn.

Một hôm, ông tìm thấy một loại trái cây lớn bằng trái banh, màu xanh, ông bèn bổ ra xem thì trong lại màu đỏ.

❉   ❉   ❉

WATER MELON

Once upon a time, the sixth son of King Hung Vuong named An-Tiem disobeyed the King's order and was exiled to a deserted island.

The Prince had to build his own shelter, dig a well for water, and fish and hunt animals for food.

One day, he found a green fruit as big and round as a ball. He split the fruit into halves and found the inside of the fruit red.

Nhưng ông không dám ăn vì sợ trái độc. Ngày tháng qua mùa nắng đến, trời nắng gắt cây cỏ khô khan, giếng không còn nước. Một hôm An-Tiêm mệt lả người vì khát, ông liền ăn thử loại trái cây ngoài xanh trong đỏ.

Trái cây ấy rất ngon và ngọt và ông không còn lo khát nữa. Từ đó An-Tiêm cố công vun đất trồng xung quanh nhà, chẳng bao lâu trái xanh đầy cả đảo hoang.

❊ ❊ ❊

He dared not eat it because he was afraid it was poisonous. Days passed and the dry and sunny season came. It was so hot that all the plants were dry and the well had no water left. One day, An-Tiem was so tired and thirsty that he tasted the fruit.

He found out that it tasted delicious and quenched his thirst. He tried to grow the plant around his house then. Soon the whole island was covered with the green fruit.

An-Tiêm khắc tên mình và đảo hoang trên trái cây rồi đem thả xuống biển. Dần dần những người đi biển tìm thấy những trái lạ có tên An-Tiêm trôi lênh đênh trên biển. Họ ăn trái đó và thấy ngọt dịu lại cảm thấy không còn khát nước trong khi trời nóng nực. Họ bèn đặt tên cho trái cây đặc biệt đó là trái dưa hấu.

Chẳng bao lâu tin trái dưa hấu lan dần vào đất liền, các thuyền buôn bán tìm đến hoang đảo. Biến hoang đảo thành hải đảo thương mại.

❈ ❈ ❈

An-Tiem carved the island's name and his own on some of the fruit and threw them into the sea. Later, seamen found the strange fruit with An-Tiem's name floating in the sea.

Soon, words about the fruit reached the continent and many merchants tried to find the way to the island. This then turned the deserted island into a busy island.

Hải đảo bây giờ đông dân cư và thuyền bè qua lại. An-Tiêm liền giúp những người nào muốn lên đảo lập nghiệp. Tin ấy đồn đến tai vua cha.

Vua Hùng Vương lấy làm hãnh diện có một đứa con đầy lòng can đảm và nghị lực vượt qua cả những trở ngại, không nhờ vả một người khác. Vua liền truyền quân lính đi gọi con về. An-Tiêm đem theo những trái dưa hấu về biếu cha.

❁   ❁   ❁

The island was now crowded. Many boats came and went. An-Tiem helped anyone who wanted to settle on the island. Soon, news about that reached the King.

King Hung Vuong was very proud of having a son who was brave and strong enough to overcome difficulties without anyone's help. An-Tiem was immediately summoned back to the court. He brought his fruit with him to offer the King, his father.

Ông được vua cha truyền ngôi vua. An-Tiêm là vua Hùng Vương thứ sáu.

Từ đó dưa hấu tượng trưng cho sự may mắn nên người ta thường dùng dưa hấu làm quà biếu nhân dịp xuân về.

✹ ✹ ✹

The King gave him his crown and An-Tiem became King Hung Vuong VI.

Since then, the fruit which was called "water melon" has become the symbol of luck, and people often offer it to relatives and friends as a New Year present.

Vietnamese Readers
CỔ TÍCH NHI ĐỒNG — Folk Tales for Children
SỰ TÍCH CON CHIM BÌM BỊP
(Story of the Bird Named Bim Bip and other stories)
CON QUẠ VÀ CÂY KHẾ
(The Raven and The Star Fruit Tree and other stories)
GIÓ BẮC VÀ MẶT TRỜI
(The North Wind and the Sun and other stories)
MỐI TÌNH NGƯU LANG VÀ CHỨC NỮ
(The Bridge of Reunion and other stories)
CHIẾC NỎ THẦN
(A magic cross-bow and other stories)
THANH GƯƠM GÃY
(The Broken Sword and other stories)